மூன்றாம் பிறை செய்த பங்கம்!

ரஜினா நிஷாலினி

Copyright © Rajina Nishalini
All Rights Reserved.

This book has been published with all efforts taken to make the material error-free after the consent of the author. However, the author and the publisher do not assume and hereby disclaim any liability to any party for any loss, damage, or disruption caused by errors or omissions, whether such errors or omissions result from negligence, accident, or any other cause.

While every effort has been made to avoid any mistake or omission, this publication is being sold on the condition and understanding that neither the author nor the publishers or printers would be liable in any manner to any person by reason of any mistake or omission in this publication or for any action taken or omitted to be taken or advice rendered or accepted on the basis of this work. For any defect in printing or binding the publishers will be liable only to replace the defective copy by another copy of this work then available.

பொருளடக்கம்

முன்னுரை

உலகின் எல்லா விடயத்திலும் அடிப்படையாக திகழ்வது காதல். அந்த காதலை சாட்சியாக வைத்து உருவானது தான் இந்த மூன்றாம் பிறை செய்த பங்கம்! அடுத்து வரும் மூன்று பகுதிகளும் ஒவ்வொரு சூழ்நிலையில் இருக்கும் மனிதனின் மனநிலை அல்லது காட்சி கவிதை வடிவில் படைக்கப்பட்டுள்ளது. வாசகர்களுக்கு வணக்கத்துடன் எனது நன்றியையும் தெரிவித்துக் கொள்கிறேன்.

நன்றி!

ரஜினா நிஷாலினி.

1

மூன்றாம் பிறை செய்த பங்கம்!

காதல் என்ற மாயமின்றி உலகத்து உயிர்கள் இல்லை. அந்தக் காதலை தொலைத்தவர்கள் உயிர் இருந்தும் பிணமாகவே எதையோ தேடி இலக்கற்று அலைவார்கள். இதோ நம் நாயகனும் இஸ்திரி போடப்படாத கசங்கிய சட்டை, பதினைந்து நாளாகக் கத்தி பதிய படாத தாடி, கிஞ்சித்தும் மகிழ்ச்சியில்லாத முகம் என்று பார்க்கவே எதையோ தொலைத்தவன் என்ற எண்ணம் தோன்றும் அளவிற்கு நட்ட நடுச் சாலையில் அலைந்து கொண்டிருந்தான். ஆனால் அவன் இலக்கற்று அலையவில்லை. தனது வாழ்க்கையின் இன்பத்தின் இலக்கானவளை தேடி அழைகின்றான்.

அவன் மனதில் ஓடியதெல்லாம் ஒரே ஒரு கேள்வி தான். "என்னை விட்டுச் செல்ல எப்படி அவளுக்கு மனம் வந்தது? அவ்வளவுதானா! என் மீதான அவளது நேசம் இப்படி நொடிக்குள் தொலைந்து விடும் மாயவித்தையா!" இதை நினைக்கும் போதே அவன் நெஞ்சம் எகிறித் துடித்தது. கண்கள் கரித்துக் கொண்டு வந்தது. இந்தப் பரபரப்பான உலகம் இன்னும் பரபரப்பாகச் சுழல்வது போல் தோன்றியது. அவ்வளவுதான்! இறுதியாக ஒரு கோடு போல் ஒளி மின்னி மயங்கி சரிந்தான்.

காற்றெங்கும் மலரின் மணம் பரவி இனிய இதம் தர அது எதையும

உணராமல் பெட்டியில் வந்து இறங்கிய மலர்களை அழகாக அடுக்கி கொண்டிருந்தாள் ஒரு பெண். எல்லாவற்றையும் அடுக்கி விட்டு அமர்ந்தவளை இரு ஆண்களின் குரல் கலைத்தது. வந்தவர்கள் ஒரு பூங்கொத்து ஆர்டர் கொடுக்க, இப்போதுதான் வந்த பூக்களைப் பூங்கொத்தாக மாற்ற ஆரம்பித்திருந்ததால் அவர்களைக் காத்திருக்கும் படி கூறியவள் அதனைச் செய்வதில் தன் கவனத்தைச் செலுத்தினாள். அப்போது அவ்விரு ஆடவர்கள் பேசியது இவள் காதில் விழுந்தது.

"மச்சான், அவளுக்குப் பொக்கே கொடுத்தா அது எதுக்குன்னு கேட்பாளே டா.. அப்ப நா என்னத்த சொல்றது?"

"வை ஃபியர் டா? உன்னை கரெக்ட் பண்ணதான்னு சொல்லிரு.. தட்ஸ் ஆல்.."

"எதுக்கு? என்ன அவ ஒரேடியா கட் பண்ணிட்டு போகவா? போடா நீயும் உன் ஐடியாவும்.." என்று மாறி மாறி பேசிக்கொண்டிருந்தனர்.

இதைக் கேட்டவளின் எண்ணம் அவள் அனுமதியின்றியே கடந்த காலத்திற்கு அவளை இழுத்துச் சென்றது. அவள் கல்லூரி சென்று கொண்டிருந்த நேரமது. சொல்லிக்கொள்ளும் அளவு அவளுக்கு நட்பு வட்டாரம் என்பது கிடையாது. அதற்கென்று அவள் தனிமை விரும்பியும் கிடையாது. ஏனென்றால் அவளுக்குச் செடி கொடிகளுடன் இருக்கும் நேரம் ரசனையானது. அதுவும் அதனருகில் அமர்ந்து ஒரு கவிதை புத்தகத்தை எடுத்துவிட்டால் இருக்கும் உலகம் மறந்து புதியதொரு பூமிக்குள் புகுந்திடுவாள்.

இதுவும் தனிமைதானே என்றால் அவள் மனதிற்கு அது தனிமை இல்லை. செடி கொடிகளும் ஒரு உயிருள்ள ஜீவன் என்று நம்புபவளுக்கு அதனுடன் செலவிடும் நேரமானது தனிமையற்றது. இப்படிச் சென்று கொண்டிருந்தவளின் வாழ்க்கையில் தோன்றிய அழகிய கம்பம் தான் அவன். இந்தக் கொடியானவள் பற்றிப் படரிட பற்று கோளாய் வந்தவன் தான் அவளவன். ஆம், அவன் தான் கவிகளின் தாசன் "கவிதாசன்". அப்படித்தான் நினைத்து கொண்டிருந்தாள் அவன் காதல் சொல்லும் தருணம் வரை. அவள்

நினைத்ததிலும் தவறில்லையே! பின்னே, எந்நேரமும் எதற்கெடுத்தாலும் கவி பாடும் ஒருவனைக் கவிகளின் தாசன் என்றுதானே நினைப்போம்.

மனிதர்களையே ஒதுக்கி வாழும் அவளிடம் ஒன்றிட நினைத்தான் கவிதாசன். ஆரம்பத்தில் பேச்சுக் கொடுத்தவனைக் கண்டுகொள்ளாமல், தன் வழியில் எப்போதும் போல் சென்று கொண்டிருந்தாள். அதன் பின் அவளுக்கே இன்றுவரை தெரியவில்லை அவனிடம் எப்படி இப்படிப் பழகினாள் என்று! மாயக்காரன். பேசியே, கவிதை மொழி பேசியே மயக்கிவிட்டான். இருவரும் நட்புடன் பேசி பழகிக் கொண்டிருந்தனர். ஒரு முறை கையில் பூங்கொத்துடன் வந்து நின்றான். அதைக் கண்டு என்னவென்று வினவினாள். எனது பிறந்த தினம் என்றான். அதைக்கேட்டு அவளது முகம் வாடியது. அவள் பேசி பழகும் ஒரே ஒரு மனிதன். அவனது பிறந்ததினம் தெரிந்து வைத்து வாழ்த்த வேண்டாமா? ஆனால் எங்கு! அவளுக்குப் பிறந்ததினம் கொண்டாடியே பழக்கமில்லையே. அதனால் தான் அவனது பிறந்தினத்தையும் ஆராயாமல் விட்டு விட்டால் போலும். அதை நினைத்து இப்போது வருந்தினாள்.

"சாரி தாசன்.. எனக்குத் தெரியாது.. விஷ் யூ அ மெனி மோர் ஹேப்பி ரிடர்ன்ஸ் ஆஃப் தி டே.." என்று தன் வலக்கரம் நீட்டினாள்.

நீட்டிய அவளது கையினைப் பற்றாது அவளது கரங்களில் அந்தப் பூங்கொத்தினைக் கொத்தாக வைத்தான். தன் கைக்கு இடம் மாற்றப்பட்ட அந்தப் பூங்கொத்தினைக் கண்டு புரியாமல் அவனை நோக்கி, "என்ன தாசன்? உனக்கு யாரோ கொடுத்தத என்கிட்ட கொடுக்குற.. அதுவும் ஆர்டினரி பொக்கே மாதிரி இல்லாம இது வித்தியாசமா இருக்கே.. இந்த ஃபிளவர்ஸ் எல்லாம் பொக்கேக்கு யூஸ் பண்ணுவாங்களா என்ன?"

"ம்ம்ம்.. பண்ணுவாங்களே.. என்ன மாதிரி வித்தியாசமா யோசிக்கிறவங்க பண்ணுவாங்க.." என்றான். அதைக்கேட்டுக் கண்கள் விரிய தன் ஆச்சரியத்தைக் காட்டி, "நீயே பண்ணியா இந்தப் பொக்கேவ.. சூப்பர் பா.. ஆனா உனக்கு நீயே எதுக்குப் பொக்கே

பண்ணிக்கிட்ட?" என்றால் புரியாமல். அதற்குக் கவிதாசன், "நான் பண்ணேன் தான்.. ஆனா எனக்குன்னு சொல்லலையே.." என்று நிறுத்தினான். "அப்ரோ யாருக்கு?" என்பது போல் அவனை விசித்திரமாகக் காண, அவனோ "இப்ப யாருக்கிட்ட அது இருக்கோ அவங்களுக்காகப் பண்ணது.." என்றான்.

குனிந்து ஒரு முறை பூங்கொத்தை கண்டவளின் கை தன்னிச்சையாக அவனிடம் அதை நீட்டியது. அவள் கையைப் பிடித்து அவள் புறமே தள்ளியவனைக் கண்டு, "உன் பிறந்தநாளுக்கு நான் தான எதாவது கொடுக்கணும்.. இப்ப நீ எதுக்கு எனக்குப் பொக்கே கொடுத்திருக்க?" என்றாள்.

"அவசர படாதமா சொல்றேன்.. அதுக்கு முன்னாடி பாட்டனி **ஸ்டூடண்ட் தான நீ..** எங்க இந்த ஃபிளவர்ஸ் நேம்ஸ்ல ஒரு விஷயமிருக்கு அத கண்டு பிடிச்சு சொல்லு பார்ப்போம்.." என்று அவன் கூறிவிட்டு கைகளை மார்புக்கு குறுக்கே கட்டி கொண்டு நின்றான்.

"பர்ஸ்ட் இருக்கது ஐரிஷ், அடுத்து லாவென்டர், இது உர்சினியா, அப்ரோ இது வயோலா, இது ஊவா.. அவ்ளோதா இதுல என்ன இருக்கு?" என்று வினவினாள்.

அதற்குப் பதிலாய், "அதோட பர்ஸ்ட் லெட்டர்ஸ்லாம் ஜாயின் பண்ணி பாரு.."

"ஐ எல் யூ வி யூ" (I LUV U) சிறிது யோசித்து விட்டு அவன் சொல்ல வருவதின் அர்த்தம் புரிந்தவள் எதுவும் பேசாமலேயே நின்றாள். அவள் முகத்தில் புரிந்து கொண்டதின் அடையாளம் தெரிவதை கண்டு, அவனே பேச தொடங்கினான்.

"சுத்தி வளைச்சலாம் சொல்ல தெரியாதுமா எனக்கு.."

அவனது மனசாட்சியோ, "எப்படிடா இப்படிக் கூச்ச நாச்சமே இல்லாம

பொய் சொல்ற.. பூவ வச்சு பூலோகத்தவே சுத்தி வந்தவன் தான டா நீ.." என்று காரி துப்பியது. அதை எட்டி உதைத்து விட்டு, "என் மனசுல பட்டத சொல்றேன்.. உன்ன பர்ஸ்ட் டைம் எங்க பார்த்தேன் தெரியுமா? நம்ம காலேஜ் கேண்டின் கிட்ட உள்ள மரத்தடியில.. அவசர அவசரமா சாப்பிட்டுக்கிட்டு இருந்த.. அங்க பக்கத்துல தான் நா உட்கார்ந்து சும்மா வேடிக்கை பார்த்துக்கிட்டு இருந்தேன்.. எதார்த்தமா தான் உன்ன பார்த்தேன்.. சாப்பிட்டு முடிச்சுட்டு பக்கத்துல கை கழுவ போன.. அங்க கை கழுவிட்டு தண்ணீர் குடிக்கப் பாட்டில தூக்குன நீ திடீர்னு அத முழுசா கீழ ஊத்திட்ட.. சாப்பிட்டு தண்ணி குடிக்காம உனக்கு விக்கல் வேற வந்திருச்சு.. அப்ரோ அப்டியே உன் பேக் எடுத்துட்டு போயிட்ட.. நான் என்னடா இந்தப் பொண்ணு என்ன லூசா! சாப்பிட்டு தண்ணீ குடிக்காம கீழ ஊத்திட்டு போகுதுன்னு நினைச்சேன்.. நீ போனதுக்கப்பரம் நீ தண்ணீர் ஊத்துன இடத்துல போய்ப் பார்த்தேன்.. அங்க வாடி போய் ஒரு செடி இருந்துச்சு.. டக்குனு எனக்கு 'வாடிய பயிரை கண்ட போதெல்லாம் வாடினேன்னு' சொன்ன வள்ளலார் தான் ஞாபகத்துக்கு வந்தாரு.." என்று கூறி தன் உதடு பிரித்தான் அரும்பிய புன்னகையோடு.

பிறகு தன் இடக்கையால் பின் கேசத்தைக் கோதிவிட்டு, "தன்னோட தாகத்தக்கூடப் பார்க்காம ஒரு செடியோட வாட்டத்த தாங்க முடியாம தண்ணி ஊத்துன பார்த்தியா அந்த மனசு எனக்குப் பிடிச்சிருந்துச்சு.. அப்ரோ பார்த்தா நீ என் கிளாஸ் தான்.. நீ எப்பவும் யாரையும் சேர்க்காம தனியாவே சுத்திக்கிட்டு இருந்த.. எப்டியோ உன்கிட்ட பேசி.. பிரண்ட் ஆகி.. ஹப்பா.. கொஞ்சம்.. நிறையவே கஷ்ட பட்டுட்டேன்.." என்று இறுதி வரிகளை இழுத்துக் கூறினான்.

"உனக்கு ஒண்ணு தெரியுமா? சின்ன வயசுல எனக்கு என் பேர சுத்தமா பிடிக்காது.. எல்லாரும் சுருக்கி கூப்பிடுறேன்னு 'கவி.. கவின்னு' கூப்பிடுவோங்க.. ஏதோ பொண்ணு பேரு மாதிரி இருக்குன்னு ரொம்ப வருத்தப்பட்டிருக்கேன்.. ஆனா கொஞ்சம் வளரும்போது கவிதைகள் அதிகமா படிச்சு பிடிச்சு போய், கவிகளின் தாசனா நம்ம இருக்கோமே நமக்கு ஏற்ற பேரு தான் வச்சிருக்காங்கன்னு திருப்தி பட்டுக்கிட்டேன்.. அ.. ஆனா.. இப்ப அந்த எண்ணம் கொஞ்சம் மாறி

இருக்கு.." என்று கண்களை மூடி மூச்சை இழுத்து விட்டவன்,

"கவிதைகளில் மூழ்கி முக்குளித்த தருணத்தில்
கவிகளின் தாசனாம் நான் கவிதாசன் என்றுணர்ந்தேன்..
ஆனால் பெண்ணே! அது உன்னைக் காணும் தினம் வரை மட்டுமே!

எனது இப்பெயரின் காரணம் கவிகளின் தாசனென்பதல்ல..
இந்தக் கவியின் தாசன்!
என் கவிதாவின் தாசனென்பது..

வெறும் பெயர் காரணம் மட்டுமல்ல தோழி!
இது என் இப்பிறப்பின் காரணம்..
இனி வரும் பிறவிகளின் காரணம்..!"

என்று ஆத்மார்த்தமாகக் கவி பாடியவன், கண்களை மூடிய படியே தன்னவளின் பெயரையும் உச்சரித்தான். "கவிதா" என்று அந்தப் பெயருக்கும் வலிக்காமல், அவன் இதழுக்கும் வலிக்காமல், அதை அடுத்தவரிடம் எடுத்துச் செல்லும் காற்றுக்கும் வலிக்காமல்.

பின் கண்களைத் திறந்தவன், "உன்னை எனக்குப் பிடிச்சிருக்குக் கவி.. நா உன் கூடத் தான் கடைசிவர வாழணும்னு ஆச படுறேன்.. நீ இதுவர எவ்வளவோ கஷ்ட பட்டிருப்ப.. ஆனா இனிமே எல்லாச் சூழ்நிலையிலும் நா உன் கூட இருப்பேன்.. நீயும் என் கூடவே தான் இருக்கணும்.." என்று கூறி கவிதாவின் கண்களைக் காண அவளும் அவனைத் தான் பார்த்து கொண்டிருந்தாள். ஆனால் அவள் மனதில் என்ன நினைக்கிறாள் என்பது தான் முகத்தில் ஒன்றும் தெரிந்த பாடில்லை. ஒரு சில நொடிகள் ஒரு வித எதிர்பார்ப்புடன் அவளை நோக்கிடும் அவன் கண்களைப் பார்த்த விழி பார்த்தபடி நின்றவள் எதுவும் கூறாமலேயே திரும்பி செல்ல எத்தனிக்க, "என்ன கவிதா? எதுவுமே பேசாம போற.." என்று கேட்ட படி அதே இடத்தில் நின்றான்.

அவளைத் திரும்பி பாராமலேயே, "கிளாஸ்க்கு டைம் ஆகிடுச்சு"

என்று கூறிவிட்டு சென்றாள். 'இவள் என்னதான் நினைக்கிறாள்!' என்று குழம்பி நின்றவன் பின் அவள் பின்னோடே ஓடினான். அவள் அருகில் சென்றவுடன் அவளுடன் சேர்ந்து நடந்தவன் கவிதாவின் முகத்தைப் பலமுறை நிமிர்ந்து பார்த்து ஆராய்ந்தான். அவள் முகத்தில் சிறு சலனமும் இல்லை. அவன் உடன் சேர்ந்து வருகிறான் என்ற வெறுப்பும் தெரியவில்லை. அதில் அவளுக்கு விருப்பமா? என்றும் புலப்படவில்லை.

அதன் பின் வந்த நாட்களில் கவிதா அவனுடன் எப்போதும் போலவே பேசி பழகினாள். அவர்கள் உறவில் கவிதாசன் தன் விருப்பத்தைச் சொன்ன பிறகும் எந்த மாற்றமும் இல்லை. அவனும் அதன் பின் காதல் என்ற பேச்சை எடுக்கவில்லை. அவ்வாறு எடுக்கவும் ஒரு சிறு பயம் இருந்தது. அதுவும் முதலில் காதல் சொன்ன தருணத்திற்குப் பயந்ததை விட இப்போது இன்னும் அதிகமாகவே பயந்தான் என்று தான் சொல்ல வேண்டும். அவன் கூறியதற்கு விருப்பு வெறுப்பு காட்டவில்லை என்றாலும் அவனுடன் எப்போதும் போல் பேசுகிறாளே அதுவே போதும். ஒரு வேளை வற்புறுத்தி பதில் கேட்டால் இந்த நட்புறவும் முறிந்து விடுமோ? என்ற பயம் அவனுக்கு. ஒன்று மட்டும் நிச்சயம் என்று தோன்றியது கவிதாசனுக்கு. அது என்னவென்றால், அவள் தன் காதலை வெறுக்கிறாளோ? அல்லது விரும்புகிறாளோ? ஆனால் தன்னை மட்டும் அவள் வெறுக்கவில்லை என்பதை நன்றாக உணர்ந்து கொண்டான். இதே நிலையிலேயே தங்கள் கல்லூரி வாழ்க்கையை முடித்து அடுத்தக் கட்டத்தையும் தொடர்ந்தனர்.

பழைய நினைவுகளில் மிதந்து கொண்டே பூங்கொத்தை தயாரித்து, காத்திருந்தவர்களுக்குக் கொடுத்து அனுப்பி விட்டு தன் அன்றாட வேலையினைச் செய்யத் தொடங்கினாள், கவிதா.

சாலையின் நடுவில் சாய்ந்து கிடந்தவனின் முகத்தில் சில நீர்த் துளிகள் வந்து தெரிக்க, "டேய், கவி.. கண்ண தொரடா.. இங்க பாரு.. இங்க பாரு.. என்ன பாருடா.." என்று கத்தி கவிதாசனின் கன்னத்தைத் தன் கைகளால் தட்டிக்கொண்டு இருந்தான் பாலகோவிந்தன். லேசாக மயக்கம் தெளிந்து கண்களைக் கசக்கி

திறந்தவனின் கண்கள், தான் எங்கிருக்கிறோம் என்று சுற்றும் முற்றும் தேடி ஆராய்ந்தது. ஆனால் அந்த இடம் தெரியாத அளவு அவனைச் சுற்றி இன்னும் மனித நேயம் எங்களால் சாகவில்லை என்பதை நிரூபிக்கவென்றே சிலர் நின்றுகொண்டிருந்தனர்.

பால கோவிந்தன் மயக்கம் தெளிந்தவனை எழுப்பிப் பேச ஆரம்பித்தவுடன் சுற்றி நின்றவர்கள் கலைந்து சென்று விட, சில நொடிகளுக்குப் பின்னே முற்றும் மயக்கம் தெளிந்த கவிதாசன் மற்றொருவனின் "கோயம்பத்தூர்ல என்ன பண்ற நீ? எப்ப இங்க வந்த? எங்க தங்கிருக்க? ஏன் டா இப்படி நடு ரோட்டுல விழுந்து கிடக்க?" என்று அடுக்கிய கேள்விகளைக் கவனித்தான். ஆனால் அவனுக்குப் பதில் சொல்ல தான் கவிதாசனின் நாவு ஒத்துழைக்கவில்லை. அவனது பதிலுக்காக அவனது வாயையே பார்த்துக் கொண்டிருந்த பால கோவிந்தனும் அவனது நிலை சற்றே புரிபட அருகிலிருந்த தேநீர் கடையில் அவனுக்கு ஒரு குவளை தேநீர் வாங்கி அருந்த கொடுக்க அதனைக் கையில் வைத்து பார்த்துக் கொண்டே இருந்தானே தவிர அதை அருந்தவில்லை அவன்.

"இப்போதா மயக்கம் வேற போட்டுருக்க.. ஒழுங்கா இத முதல்ல குடிடா.. அப்ரோ எதுவா இருந்தாலும் பேசிக்கலாம்.." என்று பலவாறாகக் கூறி அவனைக் குடிக்க வைத்தான் கோவிந்தன். ஆனால் அதில் ஒரு பயனுமில்லை. கவிதாசன் குடித்த தேநீர் மொத்தமும் குமட்டிக்கொண்டு தரையிலேயே கொட்டியது. அதைக் கண்டு என்ன உணர்ந்தானோ! கோவிந்தன் உடனேயே அவனிடம் கேட்ட கேள்வி, "நீ சாப்பிட்டு எத்தன நாளாச்சு?" என்பதுதான். அதற்கும் கவிதாசனிடம் பதிலில்லாது போக "சரி வா.." என்று அருகிலிருந்த உணவகத்திற்கு அழைத்துச் சென்றான். ஆனால் ஒன்று, அவன் சாப்பிட்டு எத்தனை நாளானது என்று அவனுக்கே தெரியாத போது அவன் எப்படிக் கோவிந்தனுக்குப் பதிலளிப்பான். நாட்கணக்கில் சாப்பிடாமல் இருந்தவன் வெறும் வயிற்றில் தேநீர் அருந்தினால் அது ஒவ்வாமையாகத் தானே இருக்கும்.

இப்போது தோழன் வாங்கிக் கொடுத்த உணவை அவனது கண்டிப்பில் உண்ண முயன்றான். ஆனால் மனதில் ஏற்பட்ட வலியின் மிகுதியில்

வாய் திறந்து உணவுண்பதே கடினம் என்ற நிலையில் கட்டாயத்தின் பேரில் உண்ண விளைந்தாலும் முட்டி மோதிக்கொண்டு வரும் நெஞ்சின் துக்கம் தொண்டை குழியை அடைத்து உணவை விழுங்க விடாமல் செய்கிறதே! அதற்கு அவன் என்ன செய்வான் பாவம். எப்படியோ அரட்டி மிரட்டி அவனை உண்ண வைத்த கோவிந்தன் அவனது வசூலிக்கும் பணிக்கு அவனையும் அழைத்துக் கொண்டே சுற்றிவிட்டு இரவு தனது விடுதி அறைக்குக் கவிதாசனுடன் சென்றான். முகம் கழுவி தன்னைச் சுத்த படுத்தி ஆசுவாசமாகக் கையில் ஒரு பாட்டில் கிளாசுடன் அமர்ந்தவன் இப்போது மீண்டும் கேட்டான், "இப்போ சொல்லு மச்சான்.. என்னாச்சு உனக்கு?"

அவனை நிமிர்ந்த பார்த்த கவிதாசன் சோகமாக ஒரு லுக் விடச் சரக்கை ஒரு கிளாஸ் தன் இரைப்பையில் இறக்கிய கோவிந்தன், "ஐய ச்சீ.. லுக்க மாத்து பர்ஸ்ட்டு.. ஏதோ தெரு நாய் மூஞ்சில பிஸ்ஸடிச்ச மாதிரியே பார்த்துக்கிட்டு.. என்ன லவ் பெய்லியரா உனக்கு? அதான சொல்லுடா.."

"எப்படிடா?" என்பது போல் வியந்து அவனைக் கவிதாசன் காண,

பால கோவிந்தன், "ஆமா இது பெரிய ராணுவ ரகசியம் பாரு.. மொச புடிக்கிற நாய் மூஞ்ச பார்த்தா தெரியாது.. நம்ம பசங்கலாம் எங்கடா அப்பன் செத்தா கூட அழ மாட்டாணுங்க.. இதே அவன் டாவடிக்கிற பிகரு பிரேக் அப்னா பேயடிச்ச மாதிரி திரிவாணுங்க.. என்ன பார்க்குற.. ஒரு வருஷத்துக்கு முன்னாடி நானும் உன்ன மாதிரிதா நடு ரோட்டுல விழுந்து கிடந்தே.. உனக்கு நியாபகம் இருக்கா நம்ம கூடப் படிச்ச வர்ஷா.. நானும் அவளும் கூட ஒன்னா சுத்திக்கிட்டு இருந்தோமே.. எல்லாரும் என்ன பாலான்னு கூப்பிடும் போது அவ மட்டும் கோவி கோவின்னு கூப்பிட்டே கோவிந்தா போட்டுட்டு போயிட்டா டா? உனக்கென்ன அந்தக் கவிதா தான்? அவ பின்னாடி தான் காலேஜ் டேஸ்ல சுத்திக்கிட்டு இருந்த.. அவக்கூட உன்ன தாசன்னு தான் கூப்பிடுவா? தாசன் தாசன்னு கூப்பிட்டே உன்ன தேவதாசன் ஆக்கிட்டு போயிட்டாளா? எல்லாப் பொண்ணுங்களுமே இப்படிதான் மச்சி.. ஏமாத்திட்டு போயிடுவாளுங்க.. கடைசியில பசங்க

நம்ம தான் புலம்பிக்கிட்டு கிடப்போம்.. இதோ இருக்கான் பாரு என் நண்பன்" என்று அவன் கையிலிருந்த கோப்பையைக் காட்டி, "இவன் என்ன ஆனாலும் என்ன விட்டுட்டு போக மாட்டான்.. ஒரு வருஷமா இவன் கூடதான் குடும்பம் நடத்திக்கிட்டு இருக்கேன்.. ஆனா மதுவும் மனுசனும் ஒண்ணுதான் மச்சி.. மண்ணுல ஆரம்பிச்ச நம்மள வெளிய அலையவிடாம திருப்பி அது உண்டான மண்ணுக்குள்ளையே கூட்டிட்டு போகும்.. நீயும் அடிச்சு பாரு.." என்று அவனிடம் நீட்ட கவிதாசன் வாங்க மறுத்தான்.

"இன்னுமாடா நீ நல்லவானவே இருக்க?" என்று கேட்ட கோவிந்தன் பேசி பேசி கவிதாசனை மூளை சலவை செய்து குடிக்க வைத்து விட்டான். கோவிந்தனின் புலம்பல்கள் மொத்தமும் பொண்ணுங்களே இப்படித்தான் என்றே இருக்க, சற்றே போதை தலைக்கேறிய கவிதாசன் "மத்த பொண்ணுங்க மாதிரி என் கவிதா இல்லடா.. அவ நல்லவ.. அவ என்னை ஏமாத்திட்டுலாம் போகல.." என்று கூறி இன்னொரு கிளாஸ் எடுத்துக் குடித்தான்.

கல்லூரி காலங்கள் முடிந்து அதே கல்லூரியில் தோட்டத்தைப் பராமரிக்கும் வேலையில் சில பேராசிரியர்களின் பணிந்துரையால் பணியமர்த்தப்பட்டாள் கவிதா. கவிதாசனின் தந்தை ஒரு நர்சரி கார்டன் வைத்திருந்தார். அதனாலேயே தாவரங்களின் மீது ஒரு ஈர்ப்பு வந்து பாட்டனி எடுத்துப் படித்தான். இப்போது அவன் தந்தை வைத்திருந்த நர்சரி கார்டனிலேயே வேலை பார்த்துக்கொண்டு இருந்தான். இருவருடங்கள் இருவரும் தங்கள் வேலைகளிலும் தினமும் சந்தித்துப் பேசி கொள்வதிலும் என்று நகர்த்திச் சென்றனர். மாலையானால் நண்பனை காண போகிறேன் என்ற போர்வையில் கவிதாவின் தாசன், கல்லூரி முதல் அவள் தங்கி இருக்கும் விடுதிவரை அவளுடன் பேசிக்கொண்டே நடந்து செல்லும் நேரத்தை அனுபவிக்கச் சென்றுவிடுவான்.

கல்லூரி முதல் தற்போது வரை இவர்கள் வேறு எங்கும் வெளியில் சந்தித்துப் பேசியது இல்லை. கல்லூரி, கல்லூரி விட்டால் கவிதாவின் விடுதி வரை அவ்வளவே அவர்கள் சென்ற இடங்கள். தாசனும் அவளை அழைத்ததில்லை. அழைத்தாலும் அவள் வர போவதில்லை.

இவ்வாறே நாட்கள் சென்று கொண்டிருக்க அன்று காலையிலேயே கவிதாவின் விடுதி அருகில் அவளுக்காகக் காத்திருந்தான் அவன். கவிதா அவனைப் பார்த்தவுடன், "என்ன தாசன் காலையிலேயே வந்துருக்க.. இன்னைக்கு வேலைக்குப் போகலையா நீ?"

"இல்ல இனிமேதா போகணும்.." என்றவனின் குரலில் சிறு மாற்றம் இருந்ததை உணர்ந்தாள், கவிதா. ஒன்றாக இருவரும் நடந்து கொண்டிருந்தனர். இன்று அவனிடம் ஒரு அமைதி குடிகொண்டிருந்தது. பாதி வழியில் அவனே தொடங்கினான்.

"கவி உனக்கு என்னை பிடிச்சிருக்கா? இல்லையா?" என்று கேட்டுவிட்டு தன் நடையை நிறுத்தினான். ஒரு அடி முன் சென்றவள் திரும்பி அவன் முகத்தை நோக்கினாள். இன்றும் அதே உணர்ச்சிகளை வெளி படுத்தாத முகம். இரு வருடங்களுக்கு முன்பு அவளிடம் பதிலுக்குப் பதிலாக வந்த அதே முகம். ஐந்தே நொடிகள் அவன் முகத்தைக் கண்டவள் மீண்டும் முன்னேறி நடந்தாள். அவளின் செயலில் வேக எட்டுக்கள் வைத்து அவள் முன் வந்து நின்றவன், "பிளீஸ் இன்னைக்காவது பதில் சொல்லு.. சத்தியமா உன் பார்வை எனக்குப் புரியல.. ஆனா நான் உன்னை உண்மையா நேசிக்கிறேன் கவி.. எல்லா விதத்துலையும் உன்னை புரிஞ்சு நடந்துப்பேன்.. ஆனா இந்தப் பார்வைக்கான பதில் எனக்குப் புரியல.. உன் வாயாலேயே சொல்லிரு பிளீஸ்.." என்றான்.

அவள் உதடுகள் இப்போது பிரிந்தது. ஆடவனின் கண்களும் ஆவலுடன் எதிர்பார்த்து பாவையின் மொழி கேட்க தன் செவியைத் தீட்டியது.

"இன்னைக்கு ஏன் திடீர்ன்னு இப்படிக் கேக்குற?" என்றாள் குழப்ப ரேகையுடன். சட்டென்று அவன் முகம் பூமி நோக்கியது. அவளது பார்வை தாசனின் முகத்தை விட்டு திரும்பவில்லை.

"எங்கப்பா திடீர்ன்னு என் கல்யாணத்தை பத்தி பேசுறாரு.. அவரு அக்கா பொண்ணை கல்யாணம் பண்ணி வைக்கிற மாதிரி.." என்று

கூறி நிமிர்ந்தவன், "ஆனா என்னால முடியாது.. உனக்கும் என்னை பிடிக்கும்னு தெரியும்.. இருந்தாலும் உன்கிட்ட உன் வாயால கேட்டு தெரிஞ்சுட்டா அவருக்கிட்ட பேசி பார்ப்பேன்.. முடியாதுன்னாருன்னா எனக்குச் சொந்தமும் வேணா பந்தமும் வேணாம்னு எல்லாத்தையும் விட்டுட்டு வந்துருவேன்.. இப்ப சொல்லு என்னை பிடிச்சிருக்கு தானே உனக்கு? நம்ம கல்யாணம் பண்ணிக்கலாம் ல?" என்றான்.

இப்போதும் அவளிடமிருந்து அதே பார்வை. ஆனால் இம்முறை அதனுடன் பதிலும் வந்தது.

"நீ இதுக்கு முன்னாடி கேட்டப்பவும் சரி இப்பவும் சரி நா என்னைக்காவது உன்கிட்ட பதில் சொல்லியிருக்கேனா? அதுலயே தெரியலையா உனக்கு? நான் உன்னை அந்த மாதிரி நினைக்கலன்னு.. அன்னைக்கே நீ அத புரிஞ்சுருப்பண்ணு தான் உன்னோட நா இப்ப வர பேசி பழகிட்டு இருக்கேன்.. இதுல நீ எல்லாத்தையும் விட்டுட்டு வரேன்னு சினிமா டயலாக் வேற பேசிக்கிட்டு இருக்க.. ஒழுங்கா உங்க அப்பா சொல்றத கேட்டு நடந்துக்கோ.. இனிமே என்ன பார்க்க வந்து இத பத்தி பேசி உன் டைம் வேஸ்ட் பண்ணாத.. அதுல ஒரு யூஸும் இல்ல.." என்று கூறி அவனைத் திரும்பியும் பாராமல் சென்றுவிட்டாள். ஆனால் கவிதாசனுக்கு ஒன்றும் ஓடவில்லை. அவன் அதே இடத்திலேயே செய்து வைத்த சிலையாக நின்று கொண்டிருந்தான். அது எத்தனை நொடிகளோ நிமிடங்களோ என்று அங்கிருந்த மரமும் மணலுமே அறியும். அன்று அவன் வேலைக்கும் செல்லவில்லை. மாலை கல்லூரி வாயில் முன்பு தவமாய் நின்றிருந்தவனின் கண்களும் ஏமாந்தன அவளைக் காணாமல். விடுதியில் சென்று பார்த்தால் அங்கும் அவளில்லை. மதியமே வந்து அறையைக் காலி செய்துவிட்டாள் என்ற பதில் தான் கிடைத்தது.

கவிதாசனுக்கு ஒன்றும் புரியவில்லை. யாரிடம் சென்று விசாரிப்பான்! அவனைத் தவிர அவளுக்கு நண்பர்களும் கிடையாது.. அந்தச் சுற்று வட்டார பெண்கள் விடுதி அனைத்திலும் அலைந்து பார்த்தான். கவிதா எங்கும் காணவில்லை. இறுதியாகக் கல்லூரி சென்று எல்லோரிடமும் கேட்டு விசாரித்ததில் எப்படியோ அவள்

கோயம்பத்தூருக்கு சென்றிருக்கிறாள் என்று மட்டும் தெரிந்தது. ஆனால் அங்கு எந்த இடத்தில் இருக்கிறாள் என்று தெரியவில்லை.

கோயம்பத்தூர் வந்து இன்றோடு இரண்டாம் நாள். இதுவரை ஒரு அறை எடுத்துக்கூட அவன் தங்கவில்லை. இரவு பகல் என்று சாலையில் தான் அலைந்து கொண்டிருக்கிறான். அவளைத் தேடி பிடிக்க வேண்டும் என்று மட்டுமே அவன் மூளை சொல்கிறதே தவிர அதை எப்படிச் செயல் படுத்த என்று அது சிந்திக்கவும் இல்லை செயல்படுத்தவும் இல்லை. ஏதோ பித்துப் பிடித்தவனைப் போலத் தான் வீதிகளில் அலைந்து திரிந்தான் பெண்கள் விடுதியை தேடி.

இவை அனைத்தையும் கேட்ட பால கோவிந்தன், "மச்சான்.. இங்க ரெண்டு தெரு தள்ளி ஒரு வீட்டு வாசல்ல நா கவிதாவா ரெண்டு நாளைக்கு முன்னாடி பார்த்தேன் டா.. அங்க ஒரு வசூலுக்குப் போயிருந்தேன்.." என்றதும் கவிதாசனின் கண்களில் அப்படி ஒரு சந்தோஷம். கோடி ரூபாய்க் கொடுத்தால் கூட அந்த மகிழ்ச்சியை அவன் கண்களுக்கு வரவழைக்க முடியாது. அது கவிதா என்ற பெண்ணால் மட்டுமே முடிந்த ஒன்று. இதுவரை துக்கத்தால் வாயடைத்து போனவன், இப்போது முதன் முதலாகச் சந்தோஷ மிகுதியில் வாயடைத்துப் போனான். மேலும் கோவிந்தனே, "மச்சா.. ஆனா அவதா உன்னை பிடிக்கலன்னு கட் அண்ட் ரைட் ஆ சொல்லிட்டு போயிட்டாளே.. அப்ரோ ஏன் அவள தேடி இப்படி நாயா அலையிற?"

"பாலா.. எனக்கு இன்னும் அவ வார்த்தையில நம்பிக்கை இல்லடா.. அவ அப்டி சொன்னதுக்குப் பின்னாடி ஏதோ ஒரு காரணம் இருக்கு.. அதுவுமில்லாம என்னை விட்டு இப்படிச் சொல்லாம கொல்லாம விலகி போய் எனக்குத் தெரியாம மறையணும்னு அப்படி என்ன அவசியம் இருக்கு அவளுக்கு.. அதுவுமில்லாம அவளுக்குச் சப்போர்ட்டே நம்ம காலேஜ் தான்.." என்று கூறியவன் அவள் தங்கி இருக்கும் வீட்டின் விலாசத்தை நண்பனிடம் கேட்டு வாங்கினான். உடனேயே அங்குக் கிளம்ப முயன்றவனைத் தடுத்து நிறுத்திய பாலா, அங்கு இரு பெண்கள் மட்டுமே தங்கி இருப்பதாகவும் இந்த நேரத்தில் அதுவும் மது அருந்திவிட்டு அங்குச் செல்வது தவறென்றும் கூறி தடுத்தான்.

கவிதாசனுக்கும் அது சரியென்று படப் போதை தலைக்கேறி நண்பன் சாய்ந்த பிறகு மொட்டை மாடியில் நிலவை ரசிக்கச் சென்று விட்டான். நிலவையே சில நொடிகள் வெறிக்க வெறிக்க நோக்கியவன் என்ன நினைத்தானோ! விறுவிறுவென்று அறையினுள் சென்று மீதமிருந்த மதுவையும் மடக்கெனக் குடித்து விட்டுப் படிகளில் இறங்கினான். இப்போது இன்னும் போதை தலைக்கேறி படிகளில் தடுமாறி இறங்கியவன் நேரே சென்றது கவிதா இருந்த வீட்டின் முன்புதான். கவிதாசன், காலிங் பெல்லில் விடாது விரல்களால் அழுத்தியதின் விளைவால் அந்த நாராசமான ஒலியினில் எரிச்சல் மண்டிய முகத்துடன் கதவை திறந்தது சாட்சாத் நம் கவிதாவே தான்.

எதிர்பாராத இந்தச் சந்திப்பில் திகைத்து நின்றாள் அவள். அவளைப் பதினைந்து நாள் கழித்துப் பார்த்த களிப்பின் மிகுதியில் இருந்தான் அவன். இருவரிடமும் சில நொடிகள் எந்த அசைவுமில்லை. ஒரு கையைச் சுவற்றில் ஊன்றி நிற்க முடியாமல் தள்ளாடி கொண்டிருந்தவன் அந்த இடத்திலேயே விழுந்து சரிந்தான். அவன் விழுந்ததில் பதறி மல்லாந்துகிடந்தவனின் அருகில் மண்டியிட்டு அமர்ந்தவள், "தாசன் இது என்ன புதுப் பழக்கம்.. தண்ணி அடிச்சிருக்க.. என்ன ஆச்சு உனக்கு?" என்று வினவினாள்.

"இன்னும் என்ன ஆகணும் டி எனக்கு.." என்றான் அவளை நோக்கி. அதில் ஒரு நொடி அவன் முகத்தையே பார்த்தவள் அவன் எழும்பி அமர உதவி செய்தாள். அவளைத் தழுவி எழுந்தமர்ந்தவன், ஒரு கையை வான் நோக்கி உயர்த்தி நிலவை சுட்டி காட்டினான். அவளும் மேலே பார்க்க, "அந்த நிலா கூட என்னை பங்கம் பண்ணுதுடி கவி.." என்று சிறுவனைப் போலக் குறை கூறினான். அவள் புரியாது இவனைப் பார்க்க,

என்னை நீ விட்டுப்போன தருணம்
நிலவதில் உன் மதிமுகம் கண்டு
காயமாற்ற முயன்றேன்..
அந்நிலவு கூட என்னை நிந்திக்கிறது
உன் கனத்த கன்னங்களை

நான் காண முடியாதவாறு,
மூன்றாம் பிறையாய் வந்து நின்று..!

என்று பல நாட்களுக்குப் பிறகு கவி பாடினான். இதைக் கேட்ட கவிதாவின் இதழ்கள் இருக்கும் நிலை மறந்து விரிந்தது. ஆமாம், எப்போதும் சினிமாவில் எல்லாம் நாயகன் தனது இணையை நிலவில் கற்பனையாய் காண்பது போல் காட்சி படுத்துகிறார்கள். ஆனால் நிஜத்தில் எல்லா நாளும் பௌர்ணமியாக இருப்பதில்லையே. இப்போது தன் கவிதையைக் கேட்டு சிரிக்கும் தன் கவிதாவின் சற்றுப் பூசினாற் போன்ற கன்னங்களைத் தன் இரு கைகளாலும் தாங்கினான் கவிதாசன். இதுவரை அவன் கைகள் இவ்வாறெல்லாம் செய்ததில்லை.

இப்போது திடீர் பரிசத்தில் அதிர்ந்து கவிதா அவனைக் காண அவன் கண்களும் இவளை கண்டது. கவிதாவின் கண்களில் தாசனின் கண்களும் கவிதாவின் தாசனின் கண்களில் அவனவளின் கண்களுமே தெரிந்தது. திடிரென்று தன்னவளின் கண்களைக் காண முடியாதவாறு ஒரு திரை தடுத்தது. அது அவனின் கண்ணீர் திரள்கள். அவனது கண் எனும் குளத்தின் தடுப்பணையைத் தாண்டி புது வெள்ளமெனக் கண்ணீர் பெருக்கெடுத்து ஓடியது. அதைகண்ட பெண்ணவளின் கண்கள் அங்கும் இங்கும் அசைந்து அலைமோதியது. அவள் கன்னத்தில் இருந்து கையை இறக்காமலேயே அவளிடம் கேட்டான்.

"என்னை விட்டுட்டு போக உனக்கு எப்படி மனசு வந்துச்சு.. என்னை லவ் பண்ணு பண்ணாம இரு.. அது உன்னோட இஷ்டம்.. ஆனா அதுக்காக என்னை விட்.. விட்டுட்டு.. என் கண்ணைவிட்டு மறைஞ்சு போக நீ எப்டி முடிவு எடுக்கலாம்.. உனக்கு என்னை பிடிக்கலன்னாலும் முதல்ல இருந்த மாதிரி உன்னை நான் பார்த்துகிக்கிட்டே என் காலத்தை ஓட்டிருப்பேன்ல டி.. சொல்லு ஏன் என்னை விட்டுட்டு போன? சொல்லுடி.." என்று மூக்கை உறிஞ்சினான். ஆறடி ஆண்மகன், ஒரு ஆறுவயது சிறுவன் 'என் பொம்மையை ஏன் பிடுங்கினாய்?' என்பது போல அவளிடம் கேட்டுக் கொண்டிருந்தான்.

அவள் பதில் எதுவும் கூறாமல் இருக்க, "நீ ரொம்ப மோசம் டி.. இறக்கமே இல்லாதவ.. என்னை போய் உனக்கு ஏன் டி பிடிக்கல?

நான் என்ன உன்னை கடிச்சு வச்சேனா.. இல்ல என்னை பார்த்தா புள்ள புடிக்கிற பூச்சாண்டி மாதிரி தெரியுதா? நீ மட்டும் எனக்கு ஓகே சொன்னா.. உன்.. உன்ன நா.. நா அப்டியே என் பே..பி மாதிரி பார்த்துப்பேன் தெரியுமா?" என்று கன்னத்தில் கைவைத்து கூறியவன் இப்போது அவள் தோளில் அப்படியே சாய்ந்து விட்டான். அவன் பேசிய வார்த்தைகளில் தேங்கி நின்ற கவிதா இப்போது அவன் தன் மேல் சாய்ந்து பேசாமல் இருப்பதைக் கண்டு, "தாசன்.." என்று அழைத்தாள்.

"தப்புத் தப்பு.. கவிதாவோட தாசன்.." என்ற புலம்பல் மொழிகளே உளறலாய் வந்தது. மறுமுறை அழைத்ததற்கு "ம்ம்.." என்ற முணங்கள் மட்டுமே. அவ்வளவுதான் மட்டையாகி விட்டான். மார்கழி மாத பனியில் இப்படியே இருந்தால் என்னத்திற்கு ஆகும் என்றெண்ணி அவனை எப்படியோ எழுப்பித் தள்ளாடி அவளது அறைக்கு அழைத்துச் சென்றாள். அங்குத் தூங்கிய படியே வாந்தியெடுத்து அறையை நாசம் செய்தான். அவனைக் கட்டிலில் படுக்க வைத்துவிட்டு அறையைச் சுத்தம் செய்து விட்டு அவளுடன் தங்கயிருந்தவள் ஊருக்கு சென்றிருந்ததால் அந்த அறையில் உறங்க சென்றாள்.

போவதற்கு முன் மின்விளக்கை அணைக்கக் கையை ஸ்விட்ச் போர்டில் வைத்துக்கொண்டே கட்டிலில் கிடந்தவனைப் பார்த்தவாறே அணைக்கச் சென்றவள் அவன் கட்டிலில் இருந்து விழப் போவதை கண்டு அவனைப் பிடிக்கச் சென்றாள். அவனைப் பிடிக்கச் சென்றவள் தட்டுத் தடுமாறி தரையிலேயே அமர அவள் மடியிலேயே அவனும் விழுந்தான். ஒரு முறை கண் திறந்து அவள் முகத்தைக் கண்டவன், "எப்பவோ சின்ன வயசுல என் அம்மா மடில படுத்தது.." என்று கூறி அவள் இடுப்பை கட்டிக்கொண்டு படுத்துவிட்டான். கவிதாசனின் அம்மா அவனுக்குப் பத்து வயதிருக்கும் போதே இறந்துவிட்டார். இப்போது அவனுக்கு அப்பா மட்டுமே இருக்கிறார். ஏனோ அவனை எழுப்பி விட அவளுக்கு மனம் வரவில்லை. தன் மடிமீது படுத்திருந்தவனின் முகம் நோக்கியவளுக்கு என்றுமில்லாத கண்ணீர் இன்று வெளிவந்தது. நெடுநேரம் அப்படியே இருந்தவள் அவனை மடியில் வைத்த படியே சுவற்றில் சாய்ந்து சிறிது நேரம்

கண்ணுறங்கினாள்.

கவிதாசனை பங்கம் செய்த பால் நிலவு தன் பணி முடிந்து வான் வீட்டினுள் மறைந்து கொள்ள, மக்களைப் பணிக்கு எழுப்பும் மங்காத மன்னவனாம் கதிரவனும் தன் பணிக்கு வந்தான். இரவு தாமதமாகத் தூங்கியதாலோ என்னவோ இன்று இன்னும் முழிப்புத் தட்டாமல் முடியிருந்த அவள் கண்கள் அழைப்பு மணி ஓசையிலேயே விழித்தன. மடியிலிருந்த கனம் உணர்ந்து கீழ் நோக்கியவளின் கண்களில் விழுந்தது கவிதாசனின் கலைந்த முடி நெற்றியை மறைத்த படி இருந்த முகம். நேற்று நடந்த எல்லாம் நினைவுக்கு வந்தது. அவனது முடியை விலக்கிவிட்டுக் கட்டிலில் இருந்த தலையணையை எட்டி எடுத்து அவனை அதில் படுக்க வைத்துவிட்டு எழுந்து யாராக இருக்கும் என்ற குழப்பத்துடன் வீட்டின் கதவை திறந்தாள், கவிதா.

அங்கு ஐம்பது வயது மதிக்கத் தக்க மனிதர் நின்று கொண்டிருந்தார். அவர் தன்னைக் கவிதாசனின் தந்தை என்று அறிமுகம் செய்தவுடன் அவள் கண்கள் ஆச்சர்யத்திலும், அதிர்ச்சியிலும் விரிந்தது. தாசன் இங்கு இருப்பதை அறிந்து வந்தாரா? என்று சிந்தித்துக் கொண்டே அவரை உள்ளே அழைத்துச் சென்று நாற்காலியில் அமர வைத்தவள் தண்ணீர் கொண்டு வந்து அவருக்கு அருந்த கொடுத்தாள். தண்ணீர் அருந்திய தாசனின் தந்தை சிவநேசன் அவளைப் பார்த்துச் சிறிதாகப் புன்னகைத்தார். பின், "உன் பேரு கவிதாவா மா?" என்றார்.

"ஆமா.." என்று இழுத்தவள் இறுதியாக "சார்.." என்றாள். அவள் குரலிலேயே சிறு நடுக்கம் அப்பட்டமாகத் தெரிந்தது.

"கவி கூடப் படிச்ச பொண்ணுதான நீ? அவன் கொஞ்ச நாளாவே சரி இல்லமா.." என்றார்.

அதற்கு என்ன பதில் சொல்வதென்று தெரியாமல் கவிதா விழித்துக் கொண்டிருந்தாள். அவள் முகத்தையே பார்த்தவர் பின் அவரே, "முதல்ல என்ன மன்னிச்சுரும்மா.." என்று சட்டெனக் கை கூப்பினார். கவிதா பதறி, "சார்.. என்னாச்சு சார் நீங்க ஏன் என்கிட்ட மன்னிப்பு

கேட்குறீங்க?" என்றாள்.

"உண்மையாவே நீங்க காதலிக்கிற விஷயம் எனக்குத் தெரியாதும்மா? இந்தப் பேடி பையன் சொல்லவே இல்ல.. அவன் மேலையும் தப்பு சொல்ல முடியாது.. அவங்க அம்மா போனதுல இருந்து நானும் வேலை வேலைன்னே ஓடி இவன கவனிக்காம விட்டதுல என்கிட்ட ஒட்டுதல் இல்லாமலே வளர்ந்துட்டான்.. அவனாவே வளர்ந்திருந்தாலும் நல்லவனா தான் வளர்ந்துருக்கான்.. இவன் காதலிக்கிற விஷயமே எனக்குத் தெரியாதும்மா.. ஆனா இப்ப கல்யாண பேச்ச எடுத்த நாளுல இருந்தே ஆளு சரியில்ல.. அப்புறம் தா எப்டியோ விசாரிச்சு கண்டு பிடிச்சேன்.. காதலுக்கு எதிர்ப்பு சொல்லுற ஆளுலாம் இல்ல மா நானு.. ஏன்னா அதோட வலி தெரியும் எனக்கு.. நானும் ஒரு காலத்துல காதலிச்சேன்.. எங்க அப்பா என்னை அரட்டி மிரட்டி சொந்தத்துல கல்யாணம் பண்ணி வச்சுட்டாரு.. ஆனா பாரு என்னதான் சந்தோஷமா வாழ்ந்தாலும் ஒரு ஒரத்துல தோத்து போன காதலோட வலி இருந்து மனச அரிச்சுக்கிட்டே தா இருக்கும்.. அந்த வலிய போய்த் தெரிஞ்சே எம்மகனுக்கு நா கொடுப்பேனாமா?" என்று கூறும்போதே அவர் கண்ணின் ஓரம் நீர் துளிகள் கசிந்தது.

"நீயாவது வந்து என்கிட்ட பேசிருக்கலாம்ல மா?" என்றார் ஏக்கத்துடன்.

பாவம் அந்த மனிதருக்கு எப்படித் தெரியும் பையன் காதலிக்கிறான் என்று. ஒருநாளும் மற்ற காதலர்களைப் போல் அழைப்பேசியில் மணி கணக்காகப் பேசியதில்லை இருவரும். பார்க், பீச் என்று எங்கேயும் ஒன்றாகச் சுற்றியதுமில்லை. அப்புறம் எப்படி இவருக்குத் தெரியும். முதலில் தாசனுக்கே தெரியாது அவள் தன்னைக் காதலிக்கிறாளா என்று!

கவிதா தயங்கிய படி, "சார்.. தாசன் உங்ககிட்ட சொல்லாம இருந்ததுக்குக் காரணம் நான் தான்.. என்னோட பதில தெரிஞ்சுக்கிட்டு சொல்லலாம்னு இருந்திருப்பான்.." என்றாள்.

அவர் தன் முகத்தில் அதிர்வை தாங்கி, "என்னமா சொல்ற அப்ப நீங்க ரெண்டு பேரும் காதலிக்கலையா? அவன் ஒரு தலையா காதலிச்சுதான் இப்படிப் பைத்தியம் மாதிரி ரோட் ரோடா அலைஞ்சு கிட்டு கிடக்கானா?" என்றார்.

முகத்தைத் தொங்க போட்டு ஒரு இரு நிமிடம் மௌனம் காத்தவள் தன் வாய் திறந்தாள்.

"என்னை பற்றித் தெரியுமா சார் உங்களுக்கு? நா.. நா.. ஒரு அநாதை.. ஹோம்ல தான் வளர்ந்தேன்.. என்ன போய் யாருக்கு பிடிக்கும்?" என்றாள்.

"என்னம்மா இப்படிப் பேசுற.. உன்ன பிடிக்காமயா அவன் இப்படி இருக்கான்?" என்றார்.

"தாசன சொல்லல சார். கல்யாணம்னு ஒண்ணு நடந்தா குடும்பத்துல இருக்க எல்லாருக்கும் பிடிக்கணும்.. எ.. என்ன.. என்னை மாதிரி யாருமில்லாத ஒரு பொண்ண தன் பையனுக்குக் கல்யாணம் பண்ணி வைக்க யாரா இருந்தாலும் யோசிப்பாங்க தான சார்.. இது சாத்தியமில்லாததுன்னு தோணுச்சு.. அதான் சார்.." என்று கூறிக்கொண்டிருக்கும் போதே, "நீ என்னம்மா இப்படி முட்டாளா இருக்க.. அதுக்காக முயற்சி கூடப் பண்ணாம இருப்பியா? முதல்ல இப்ப சொல்லு உனக்கு என் பையன பிடிச்சிருக்கா இல்லையா?" என்றார் கறாராக.

தலையைக் கவிழ்ந்து கொண்டு "ம்ம்.." என்று தலையை ஆட்டினாள்.

"சத்தமா வாய் திறந்து சொல்லுமா?" என்று பொய்யாக அரட்டினார்.

அவர் அதட்டலில் சட்டென, "ம்ம்.. பிடிச்சிருக்கு சார்.." என்றாள் வேகமாக.

"பிடிச்சிருந்தா அப்புறம் என்ன சார் மோர்ன்னு கூப்பிட்டுகிட்டு.. மாமான்னு கூப்பிடுமா?" என்றார்.

இதுவரை உறவுகள் பெயர் சொல்லி அழைத்துப் பழகாத உதடுகள் இன்று மகிழ்ச்சியில் கண்கள் கலங்கிய படியே, "சரிங்க மாமா.." என்று அழகாகச் சிரித்த வண்ணம் உச்சரித்தது. அதைக் கேட்ட சிவநேசனும் புன்னகைத்து விட்டு, "இன்னைக்கே எனக்கெதாவது ஆனா கூட அவனும் அநாதை தான்.. கடவுள் புண்ணியத்துல அப்படி எதுவும் நடக்காது.. என் பேரன் பேத்திலாம் எடுத்து கொஞ்சிட்டு தான் நான் மேல போயிச் சேருவேன்.. நீ என்னன்னா இதெல்லாம் ஒரு காரணம்னு மனசுக்குள்ளயே வச்சு புழுங்கிட்டு இருந்துருக்கியேமா.." என்று குறை பட்டார்.

யாரிடமும் பழகாதவள் கவிதாசனின் பேச்சால் கவரப்பட்டு அவனிடம் மட்டுமே பேசிக் கொண்டிருந்தாள். முதல் முதலாய் தன்னோடு இயல்பாய் பேசி பழகியவனே காதல் சொன்ன போது உள்ளுக்குள் அவளுக்கும் பட்டாம் பூச்சி பறக்கத்தான் செய்தது. ஆனால் உடனேயே நிதர்சனத்தையும் உணர்ந்து தன் கூட்டுக்குள்ளேயே அது ஒடுங்கியும் போனது. எத்தனையோ நாட்கள் எட்டாக் கனியாய் இருக்கும் காதலை எண்ணி கண்ணீர் சிந்தியிருக்கிறாள். அதற்குக் காரணமாய் இருந்த தன் பிறப்பை எண்ணியும் நொந்திருக்கிறாள். இன்று மாமனாரின் வருகையில் அதற்கெல்லாம் விடுதலை கொடுத்து விண்ணுக்கே அனுப்பி விட்டு இந்த மண்ணில் அவள் காதல் செழிக்க வழி வந்துவிட்டது.

பின் சிறிது நேரம் பேசி விட்டு கிளம்ப எத்தனித்தவர் வாசல் அருகில் சென்றுவிட்டு திரும்பி, "துரைக்கு லெமன் புளிஞ்சு கொடுமா.. போத இறங்கட்டும்.." என்று கத்தி சொல்லிவிட்டு, "அப்பன் கிட்ட சொல்ல புத்தியில்ல.. சரக்கடிக்க மட்டும் புத்தி வேலை செய்யிது.." என்று முணுமுணுத்துக் கொண்டே காலணிகளை மாட்டிக்கொண்டு சென்று விட்டார்.

சிவநேசன் கவிதா வீட்டருகில் வரும்போதே அங்குப் பால

கோவிந்தனும் நண்பனை காணாத பதட்டத்தோடு வந்திருக்கக்
கவிதாசன் போதையாகியது முதற்கொண்டு உளறியிருந்தான் அவன்.
பின் வாயிலில் வேறு தாசனின் காலனியையும் கைக்கடிகாரம்
உடைந்து கிடப்பதையும் கண்டவர்தான் போகும் போது அவ்வாறு
கூறிவிட்டு சென்றார். அவர் உள் நுழைந்து பேசிய சத்தத்திலேயே கண்
விழித்தவனும் சுற்றும் முற்றும் பார்த்து நேற்று நடந்ததை நியாபக
படுத்தித் தான் எங்கிருக்கிறோம் என்று உணர்ந்தவன் கட்டிலில்
எழுந்தமர்ந்த படியே வெளியே இருவர் பேசிய அனைத்தையும்
கேட்டுக் கொண்டிருந்தான்.

மாமனாரின் சொல்லுக்கிணங்க எலுமிச்சை சார் எடுத்து அதில் உப்பு
கலந்து கொண்டு வந்து கட்டிலில் அமர்ந்திருந்தவனிடம் நீட்டினாள்.
அவன் எதுவும் பேசாமல் எழுந்து அதை வாங்கிக் கீழே வைத்து
விட்டு சப்பென்று அவள் கன்னத்தில் அறைந்தான். கவிதா அதிர்ந்து
கன்னத்தைக் கையால் பிடித்த படியே அவனை நிமிர்ந்து நோக்கினாள்.

"என்ன காரணம்னு சொல்லாம என்னை விட்டுட்டு ஏன் டி போன?"
என்றான் சினத்தை முகத்தில் தாங்கி.

"நீ எதுக்குச் சொந்தமும் வேணா பந்தமும் வேணா எல்லாத்தையும்
விட்டுட்டு வரேன்னு சொன்ன.. அதுலாம் இல்லாத எனக்குத் தான்
தெரியும் அதோட அருமை.. என்னை யாரும் 'அத செய்யாத இத
செய்யாதன்னு' கண்டிக்க மாட்டாங்களா? 'உன்னால முடியும் நீ
தைரியமா பண்ணுன்னு' உற்சாகப் படுத்த மாட்டாங்களான்னு ஏங்குற
எனக்குத் தா தெரியும்.. அதுனால தா நான் அங்கிருந்து வந்தேன்..
எத்தன நாளைக்குதான் நானும் உன்ன பிடிக்காத மாதிரியே நடிக்க
முடியும்.. ஒருவேள நீ குடும்பத்த வெறுத்து வர நானே காரணம்
ஆகிட்டா என்ன பண்றது? அதான் இங்க வந்தேன்.." என்றாள்.

"மண்ணாங்கட்டி.. உன்னை கண்டிக்க, உற்சாகப் படுத்த, எல்லாம்
செய்யத் தான நான் இருக்கேன்.. அப்புறம் எதுக்கு என்ன விட்டுட்டு
போன?" என்று கத்தினான் கவிதாவின் தாசன்.

"தப்புதான்.. நான் இப்போ என்ன செய்யட்டும்?" என்று முகத்தைத் தொங்கவிட்டு சிறுமி போல் வினவும் இந்தக் கவிதா தாசனுக்குப் புதியவள். முதலிலிருந்த கவிதா உணர்ச்சிகளைத் துடைத்த, சிரிக்கத் தெரியாத, எல்லாவற்றிலும் முதிர்ச்சியுடன் சிந்திக்கும் கவிதா. இப்போது அவள் பாவனையில் லயித்த தாசன் குறும்பு மின்ன, "கன்னத்தில ஒண்ணு கொடு.. இப்போதைக்கு அத செஞ்சா போதும்.." என்றவன் அடுத்த இரண்டு வினாடியில் கன்னத்தில் கை வைத்துக் கொண்டு நின்றான். கன்னம் எரிந்தது.

"என்னடி? முத்தம் கொடுக்கச் சொன்னா அடிக்கிற.." என்றான் முழித்தபடி.

"ஆமா டா.. நீ பண்ண வேலைக்கு உனக்கு அது ஒண்ணுதான் குறைச்சல் பாரு.."

கன்னத்தைத் தேய்த்துக் கொண்டே, "நா என்னடி பண்ணேன்?" என்றான்.

"ம்ம்.. அதா புதுப் பழக்கம் பழகிருக்கியே.. கண்ணு மண்ணு தெரியாத அளவுக்குக் குடிச்சுட்டு வந்து தெருவுல விழுந்து கிடக்க.. யாருக்கு தெரியும் புதுசோ? இல்ல ஏற்கனவே தெரியாம பண்ணிக்கிட்டு இருந்தியோ?" என்றாள்.

தன் வலக்கையைத் தலையில் வைத்து, "சத்தியமா இதுக்கு முன்னாடி குடிச்சதே இல்லடி.. நேத்துதான் ஃப்ரெண்ட் ஊத்தி விட்டுட்டான்.. நானும் நீ இல்லாத ஃபீலிங்ல அடிச்சுட்டேன்.."

அவனை முறைத்தபடி கைகளைக் கட்டி கொண்டவள், "ஏன் எங்களுக்குலாம் ஃபீலிங் இல்லையோ? நாங்க என்ன தண்ணி அடிச்சுட்டா திரியிறோம்?" என்றவளுக்குப் பதிலாய் தலை சாய்த்து தன் வலது புற காதினை பிடித்துக் கொண்டு அசடு வழிந்தான்.

தன் புருவங்களை உயர்த்தி, "சரி இந்த ஒரு தடவை விடுறேன்..

இனிமே இப்படித் தண்ணி அடிச்சுட்டு வந்து நிற்ப?" என்றாள்.

"நீ இனிமே இப்படி என்ன விட்டுட்டு போவ?" என்றவனின் தோளில் பொய் கோபத்துடன் அடித்தாள்.

அடித்தவளின் இரு கரங்களையும் தன் ஒரு வலிய கரத்தினால் அடக்கியவன் மற்றொரு கரத்தினால் தன்னவளையும் அணைத்துக் கொண்டான்.

பெண்ணவளின் கைகளைச் சிறையெடுத்த ஆடவனின் சட்டையைச் சிறிது நேரத்தில் அவனவளது சூடான கண்ணீர் நனைத்தது. அவளது முகத்தைக் கடினப்பட்டு அவன் நிமிர்த்திப் பார்க்க, "சாரி தாசன்.." என்றாள்.

"எதுக்கு இப்ப நீ அழற? அழாத கவி பிளீஸ்.. எனக்குக் கஷ்டமா இருக்கு.." என்றான் இறைஞ்சுதலாக.

அவளும் உடனேயே கண்களைத் துடைத்துக் கொண்டு சிரித்த முகத்துடன், "நீ ஏன் கஷ்டப் படுற.. நான் இப்பதா ரொம்பச் சந்தோஷமா இருக்கேன்.. நான் இதெல்லாம் நடக்காத ஒண்ணுன்னு நினைச்சது தெரியுமா?"

தாசன் "ம்ம்.. நீ மனசுக்குள்ளையே நினைச்சிட்டு இருந்தா எனக்கு எப்படித் தெரியுமாம்.." என்றவன் இறுதியாக "நானும் சாரி.." என்றான்.

"எதுக்கு?"

"உன்ன அடிச்சதுக்கு.." என்றவனின் தலையில் தன் கரம் கொண்டு தட்டி, "அட லூசே.. நீ அடிச்சது எனக்கு எவ்ளோ ஹாப்பியா இருந்துச்சு தெரியுமா? எனக்கும் உரிமையா அடிக்கிற உறவு கிடைச்சிருக்குன்னு.. நீ என்னன்னா லூசு மாதிரி.."

"என்னடி! அதுக்குன்னு வார்த்தைக்கு வார்த்தை லூசுங்கிற.. என்ன

பார்த்தா அப்படியா தெரியுது?"

"ஆமா.. நேத்து கூட 'அந்த நிலா என்ன பங்கம் பண்ணுதுடி கவின்னு' புலம்புனியே.." என்று அவனைப் போலவே கையினை மேல் நோக்கி உயர்த்தி மிமிக்ரி செய்து காட்டி சிரித்தவளை கண்டு அவனும் சிரித்தான்.

இனி இரு உள்ளங்களும் காதலில் திளைத்து, கண்களில் அன்பை பரிமாறி, பலகவிதைகளுள் ஒரு புதுக்கவிதையாய் காதலுக்கு இலக்கணம் எனும் எந்தத் தடைகளுமற்றுத் தங்கள் உலகில் மகிழ்ந்து வாழ்வார்கள்.

உலகத்தில் யாரும் அநாதைகளல்ல. அனைவருக்கும் தங்கள் வாழ்வில் உன்னதமான அன்பை தரக்கூடிய ஒருவர் நிச்சயம் கிடைப்பர். அதே போல் மனதிலுள்ளதை வெளிப்படையாகச் சொல்லாதவரை எந்த மகிழ்ச்சியையும், எல்லாம் அறிந்த கடவுளால் கூடத் தர முடிவதில்லை. இதில் மனிதர்கள் எம்மாத்திரம். முடிந்தவரை மனதில் எதையும் பூட்டி வைக்காமல் புரிய வேண்டியவருக்குப் புலப்படுத்துங்கள். அதுவே நலம்.

2

விலை பேசும் விநியோகஸ்தர்களே!

கண்ணால் ரசிக்கக் கலக்கலான கலர்
ஆடைகளில் பெண்கள் தேவைப்பட்டாலும்
எனை கண்ணாய்ப் பார்த்துக்கொள்ள
ஆணினத்தைக் கண்கொண்டும் பார்க்காத
சேலைக் கட்டிய சிலையான
கன்னிகை வேண்டும் என்றது மனம்!

காதலில் விழுவதெல்லாம் நான்
எதிர்பார்த்த கன்னிகையல்லவே!
அதனால் விலை பேசும் சந்தைக்கு
சுற்றம் சூழ சென்றேன்..
நான் விலைக்கு வாங்க போகும்
ஜீவன் கைகளில் கப்புடன் வந்தது..

என் கண் அவள் முகத்திலேயே நிற்க
அவள் கண்களோ கப்பிலேயே இருந்தது
ஆஹா! நான் எதிர் பார்த்ததும் இதைத்தானே!
இவள் எனக்கேற்ற துணை தானே!

மகிழ்ச்சியில் மனம் குதிக்க
மணம் வீசிய பஜ்ஜியிடம்
மயங்கியது நாவு..
கூட்டம் எடையென நகை கேட்க
குனிந்து கொண்டேன் வெட்கத்தால்
எல்லாம் எனக்கென்ற எண்ணத்துடன்!

என் காதினில் கொலுசொலிக்க,
தரைப் பார்த்திருந்த கண்களில்
விருந்தென மருதாணிக்கால்கள் பட,
திரும்பி வந்த மங்கையவளை
மல்லாந்து மதிமயங்கி பார்த்தேன்!
இன்னும் புதையல் கிடைக்காதவளாய்
பூமியையே பார்த்திருந்தாள்..

புரியாத பார்வையுடன் புரிதலுக்காக
நிமிர்ந்து பார்த்தன கூட்டம்
"விலை பேசும் விநியோகஸ்தர்களே!
என் தந்தை விலை கொடுத்தால்
விட்டுச் செல்லுங்கள் வீட்டோடு..
மாப்பிள்ளையானவரை!" என்று
குனிந்த தலையிலிருந்து குரல் ஒலித்தது.

காதோடு கதை பேசினர் அனைவரும்
என் கால்கள் மட்டும் எழுந்தது!
தலை தரை நோக்க தன்னம்பிக்கையுடன்
வந்தன வார்த்தைகள்..
    "முப்பொழுதும் உணவிட்டு
முந்நூறு வருடம் என்றாலும்
பாதுகாக்க தெம்பிருக்கிறது..
'முடிந்ததைச் செய்யுங்கள்' என்ற
பேச்சுக்கும் இடமில்லை
மூக்குத்திக்கூட இல்லாமல் அனுப்புங்கள்

முடிவு சொல்ல மூன்று நாளாகினும்
காத்திருக்கிறேன்.."

விரைந்து வந்தேன் வெளியில்..
இடக்கரம் தலைக்கோத விரிந்தன இதழ்கள்!
எனது பாதியாகும் முன்பே
எனை பாதி மாற்றிவிட்டாள்
மருந்துக்கும் நிமிராமல்
நிமிர்வாய் பேசிய என் மஞ்சளழகி!

3

வங்கியில் காலணி இல்லாதவனாய் ஒருநாள்!

அவசர தேவைக்காக அவதியாய் எடுத்து
வங்கி புத்தகத்தின் இருப்பைக் கண்டேன்.
என் இதழ்கள் தானாக விரிந்து
மனதுக்குச் செய்தி அனுப்பியது!
கால்கள் வங்கியை நோக்கி பயணமாகி
தன்னைப் பட்டுவாட இடத்தின் முன்
நிறுத்திக் கொண்டது..
நான் நிரப்பிய செல்லான் கண்டு
முகம் சுண்டிய பணியாளர்
"பிணையம்(network) சரியாகக் கிடைக்கவில்லை
அழைக்கும் வரை காத்திருக்கவும்" என்றார்.
சிறு தியாளங்கள் கழித்து,
அவர் பேச்சுக்கு இணங்கி
ஓரமாய் அமர்ந்த என்னை ஒதுக்கி விட்டு
என் பின் வந்தவர்களையெல்லாம்
அழைப்பதை உணர்ந்து

பணியாளரின் முகம் நோக்கின கண்கள்..
அவர் அருகிலிருந்த பணம் எண்ணி காட்டும் கருவி
என்னைக் கண்டு பல் இளித்தது!
பார்வைக்கு விருந்தாகிய பண மதிப்பை கண்டு
என் மதி கூறி, மனம் கலங்கியது..
நான் எடுக்க வந்ததோ குறைந்தபட்ச
இருப்புத் தொகையான ஆயிரம் போக
மீதமிருந்த முந்நூற்றை..
அடுத்தவர்கள் எடுத்துக் கொண்டும் போட்டு கொண்டும்
இருப்பதோ லட்சங்களில்!
பணியாளரின் மனம் புரிந்தது எனக்கு..
முந்தி செல்லும் நபர்களைவிட
இந்த முந்நூற்றுக்காரன்
முடங்கி அமர்வதில் தவறில்லையே!
என்ன சொல்லியும் மனம் அடங்காமல்
எனை இந்நிலைக்கு ஆளாக்கிய
கடவுளை கரித்துக் கொட்டியது..
கஷ்டத்தை நினைத்து குளிரூட்டியையும் தாண்டி
வியர்த்து இருந்த கண்களில்
அவசரமாய் உள் வந்த பெண்ணின் உருவம் பட்டது.

அதோ கணக்குப் புத்தகத்தைப்
பணியாளரிடம் நீட்டுகிறாள்..
அதைக் கண்ட பணியாளரின் முகம்
பார்க்க சகிக்காத நிலைக்கு மாறியது.
அதைக் காண விரும்பாத கண்கள்
விஷயத்தை அறிய செவியிடம்
தூது அனுப்பியது.

கூர் தீட்டிய செவியில்,
"குறைந்த பட்ச தொகை ஆயிரமே இல்லாத கணக்கில்
இருக்கும் ஐந்நூற்றை எடுப்பது சாத்தியமல்ல" என்பது விழ
திரும்பி செல்லும் அவளுக்காகப் பரிதாப பட்டது கண்கள்.

காலணி இல்லாதவன் காலில்லாதவனை
கண்டு திருப்தி அடைவது போல,
இந்தக் காத்திருப்பு வரிசையில் கடைசியாக
அமரவாவது அருள் புரிந்த இறைவனுக்கு
நன்றி கூறியது மனம்.

4

"இது உங்களுக்காக.."

வெகுநாள் கணித்தேன் அவனுக்கு
என் மீது விருப்பமென்று..
நாவால் கேட்டதில்லை
நயனமொழி புரிந்து கொண்டேன்!

இன்றென்னவோ அந்த
கண் பாசை கிடைக்கவில்லை!
முகம் கூடத் தெரியவில்லை
மூன்று முழத்திற்கு இறக்கி இருந்தான்

அரைமீட்டர் தூரத்தில்
அடி நிறுத்தியவனின்
கரம் மட்டும் கடமை செய்தது!
வெள்ளைக்காகித மடிப்பை
புரியாமல் வெறித்தேன்!

கண் காணாமல்
கவிதையாய்ச் சொன்னான்
"இது உங்களுக்காக.."

செவ்வனே கையதை வாங்க
முகம் தனிந்தது அவன் முகம் காண
இன்னும் முடக்கிக் கொண்டான்..
ஆண்கள் வெட்கப்படும் தருணம்
அழகானது தானோ!

அதிசயித்துக் கொண்டே
காகிதம் பிரித்தேன்
அழகாய் அச்சிட்டது போல்
ஆசிரியர் தின வாழ்த்திருந்தது..

இதுவரை நான் அடையா இன்பம்!
எனது முதல் ஆசிரியர் வாழ்த்து!
எல்லாம் இந்த இம்மியளவு இனியவனால்!
    ஆனாலும் ஒன்று நிச்சயம்!
வளர்ந்து காதல் கடிதம்
கை மாறினால் கூட
இத்துனை வெட்கம் அடையான்..
ஆண்களின் அதிகக் காதல்
ஆசிரியர்கள் தானோ?!
    முற்றும்.